Ang Display
TOILET
Kalamidad!

Tagalog

Marcy Schaaf

The Display
TOILET
Disaster!

Marcy Schaaf

In The Display Toilet Disaster!,
a simple trip to the hardware store turns into a day no one will forget! When a boy sees something that looks like the perfect bathroom solution, he makes a big mistake that leaves his Aunt Claire racing to stop him.
This funny and unexpected adventure will remind readers that not everything in a store is what it seems—especially toilets on display! Get ready for laughs, surprises, and a lot of fun!

Sa The Display Toilet Disaster!, ang isang simpleng paglalakbay sa hardware store ay nagiging isang araw na walang makakalimutan! Kapag ang isang batang lalaki ay nakakita ng isang bagay na mukhang perpektong solusyon sa banyo, siya ay nakagawa ng isang malaking pagkakamali na nag-iiwan sa kanyang Tiya Claire ng karera upang pigilan siya.
Ang nakakatawa at hindi inaasahang pakikipagsapalaran na ito ay magpapaalala sa mga mambabasa na hindi lahat ng bagay sa isang tindahan ay kung ano ang tila-lalo na ang mga toilet na naka-display! Maghanda para sa mga tawa, sorpresa, at maraming kasiyahan!

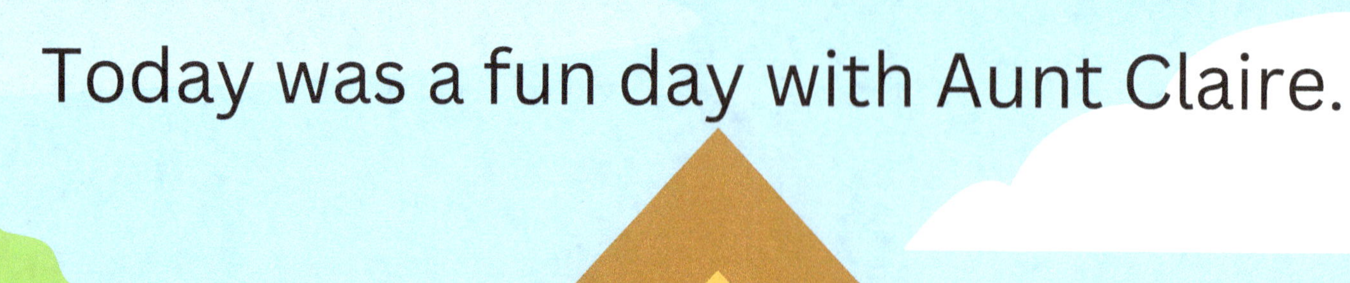

Today was a fun day with Aunt Claire.

Masaya ang araw na ito kasama si Tita Claire.

We went to the hardware store
so much to share!

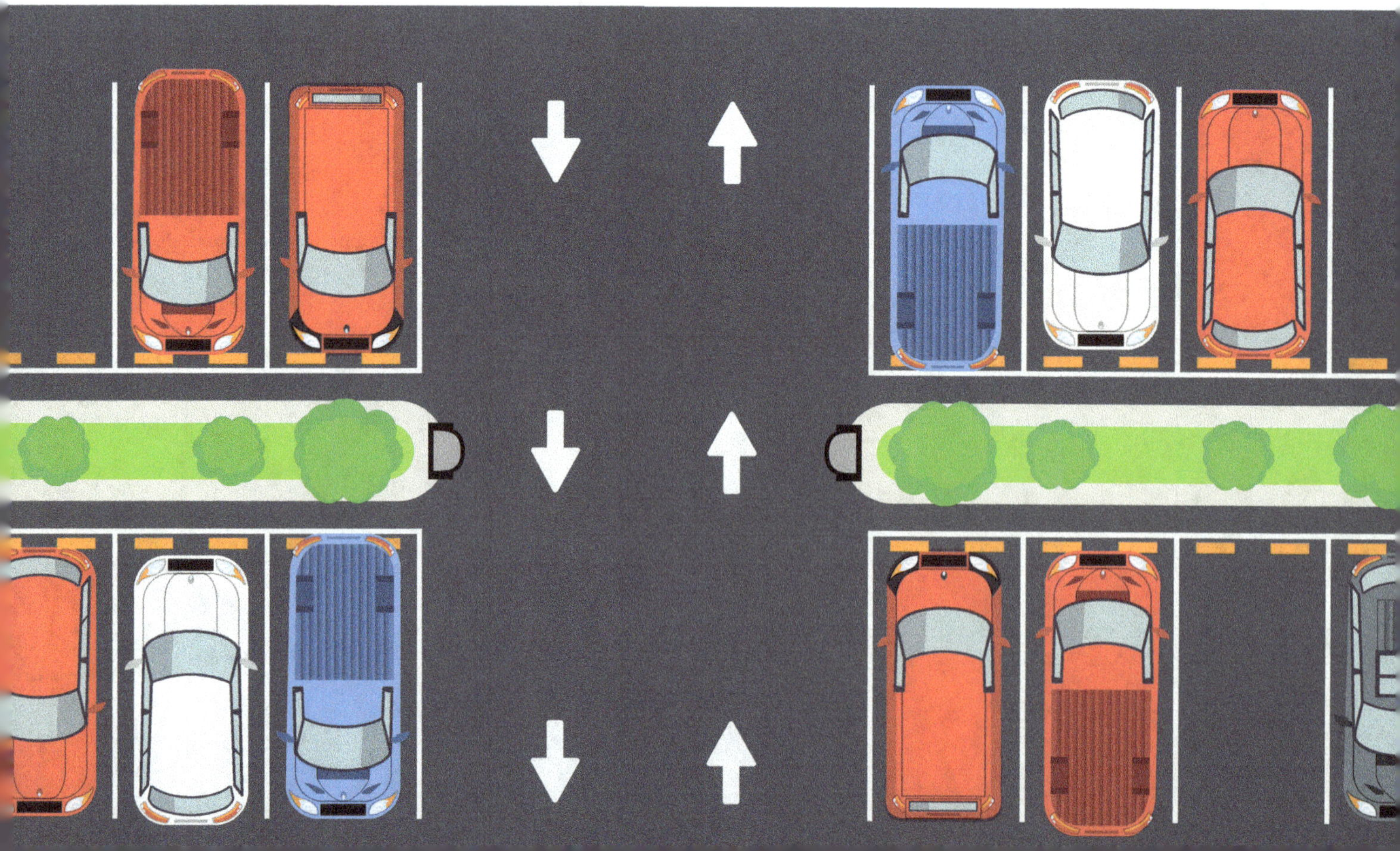

Nagpunta kami sa tindahan ng hardware nang labis upang ibahagi!

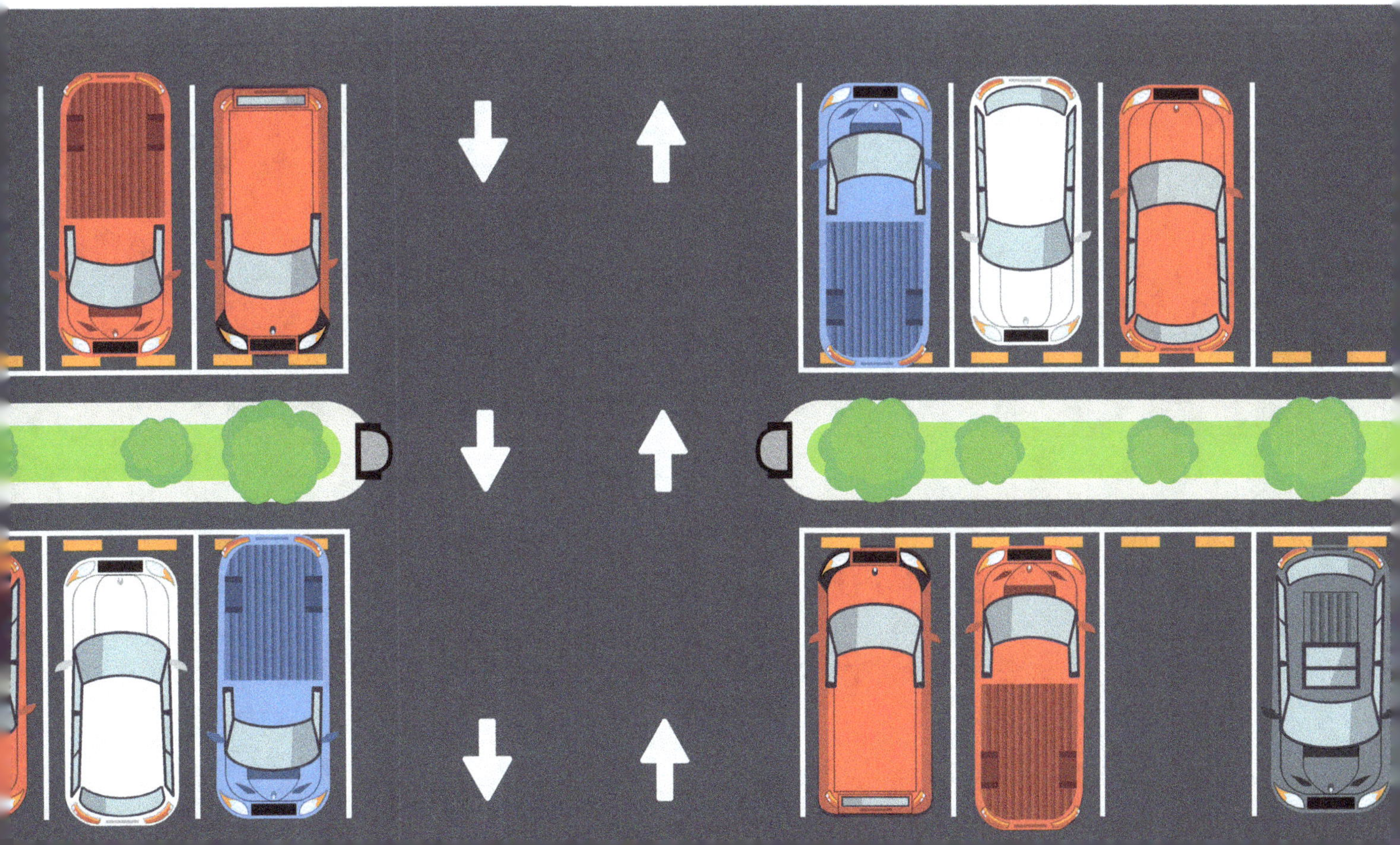

We looked at tools, paint, and brushes too.

Tiningnan din namin ang mga gamit, pintura, at mga brush.

But then I said, "Aunt Claire, I need to poo!"

Pero sabi ko, "Tita Claire, I need to poo!"

She nodded and said, "Let's go to the back,"

Tumango siya at sinabing, "Tara sa likod,"

The public restroom was on the right track.

Nasa tamang landas ang pampublikong banyo.

But on the way something caught my eye!

A row of display
toilets shiny and
high!

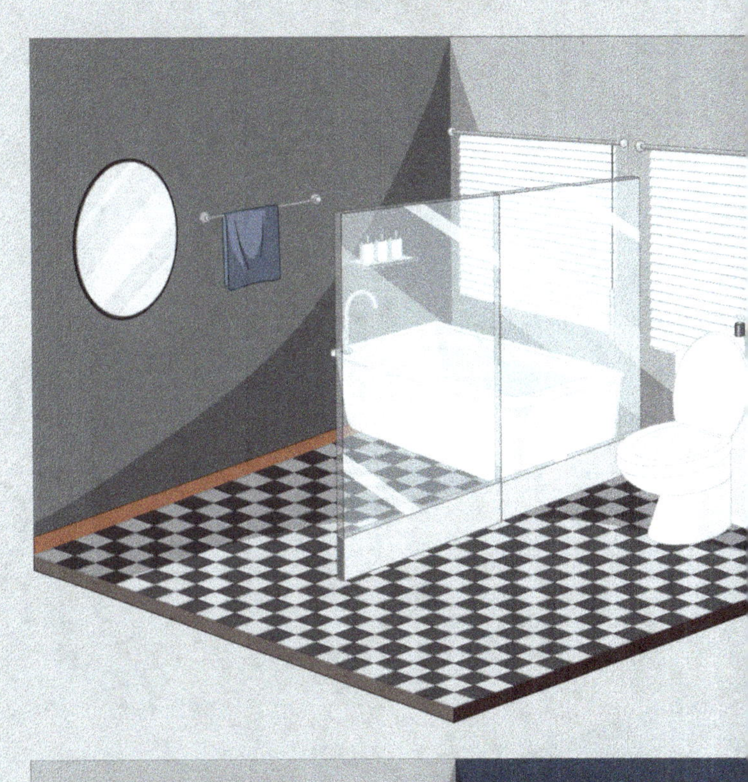

Pero on the way may nahagip ng mata ko!

Isang hilera ng mga naka-display na toilet na makintab at mataas!

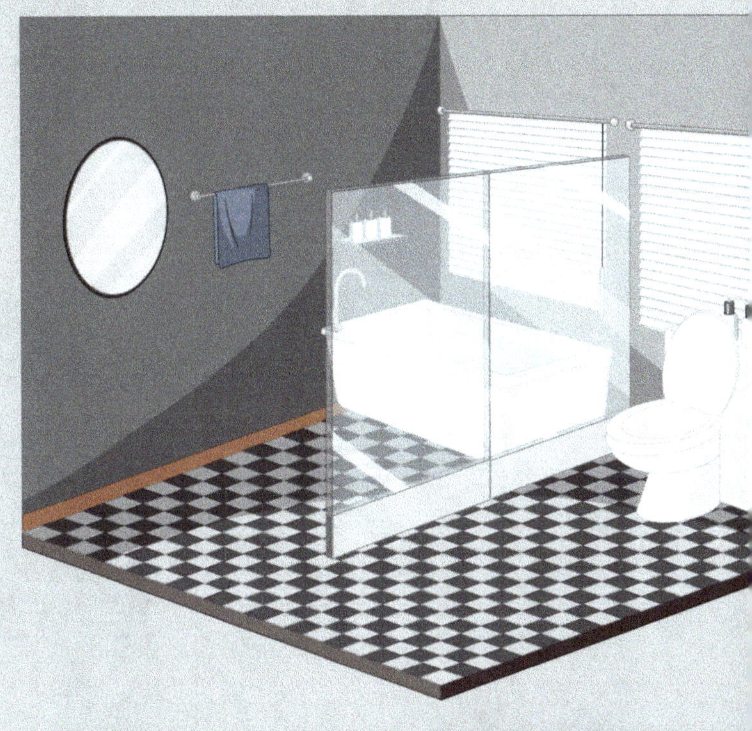

I pulled down my pants and sat down with glee!

Ibinaba ko ang aking pantalon at napaupo sa tuwa!

Before Aunt Claire could even stop me!

Bago pa ako mapigilan ni Tita Claire!

She ran fast waving her arms in the air!

"No, not that toilet! That's not fair!"

Tumakbo siya ng mabilis na ikinakaway ang kanyang mga braso sa hangin!

"No, not that toilet! That's not fair!"

I smiled and sighed feeling just right.

Napangiti ako at napabuntong-hininga sa nararamdaman ko.

But Aunt Claire's face was a terrible sight!

Ngunit ang mukha ni Tita Claire ay isang kakila-kilabot na tanawin!

"It's a display!
You can't do that here!"

"Ito ay isang display!
Hindi mo magagawa yan dito!"

Her voice shook with a little fear.

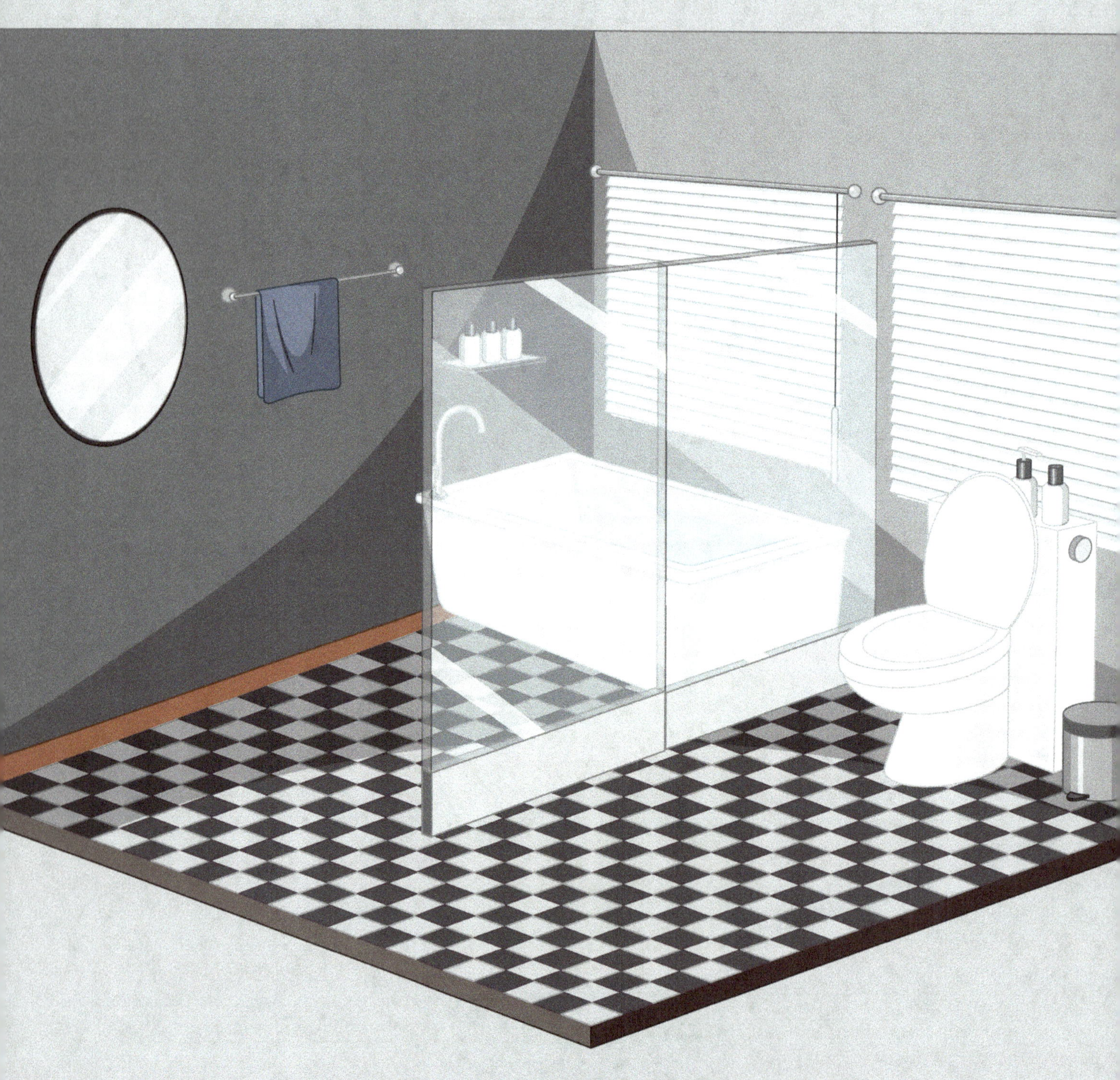

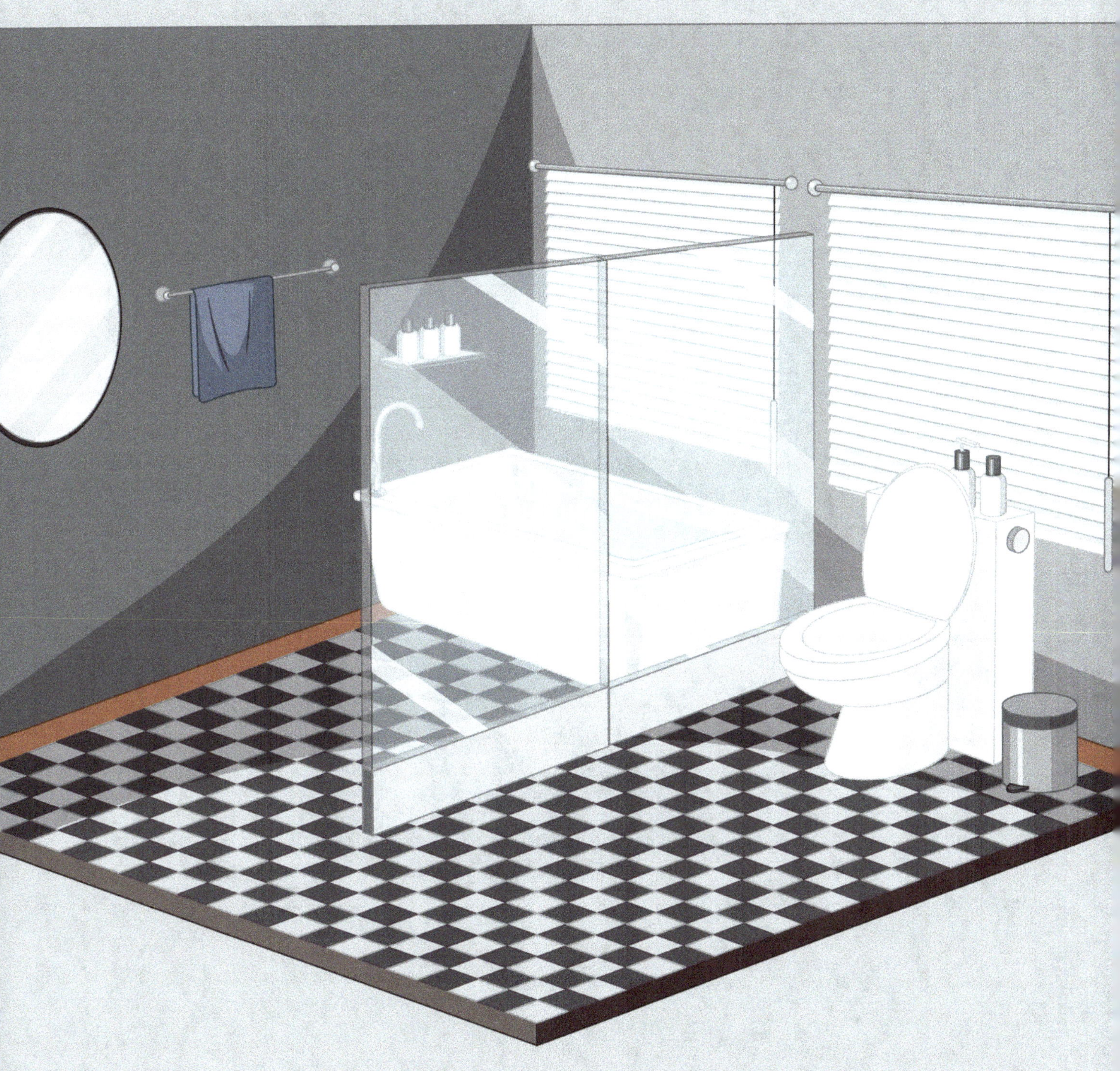

Nanginginig ang boses niya sa kaunting takot.

I stood up quick, confused and slow...

"Why not? It's a toilet, though!"

Mabilis akong tumayo, nalilito at mabagal...

"Why not? It's a toilet, though!"

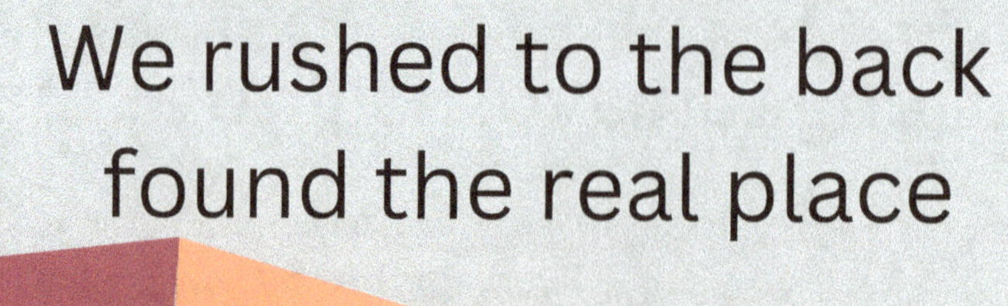

We rushed to the back
found the real place

Nagmamadali kaming pumunta sa likod at hinanap ang totoong lugar

Aunt Claire wiped sweat from
her worried face.

Pinunasan ni Tita Claire ang pawis sa mukha niyang nag-aalala.

The store clerk saw
and gave us a smile

Nakita kami ng klerk ng tindahan at binigyan kami ng isang ngiti

But Aunt Claire frowned for quite a while.

Pero medyo nakasimangot si Tita Claire.

We cleaned up fast
and walked to the door.

Mabilis kaming naglinis at naglakad papunta sa pinto.

I learned:
toilets in stores are just for décor!

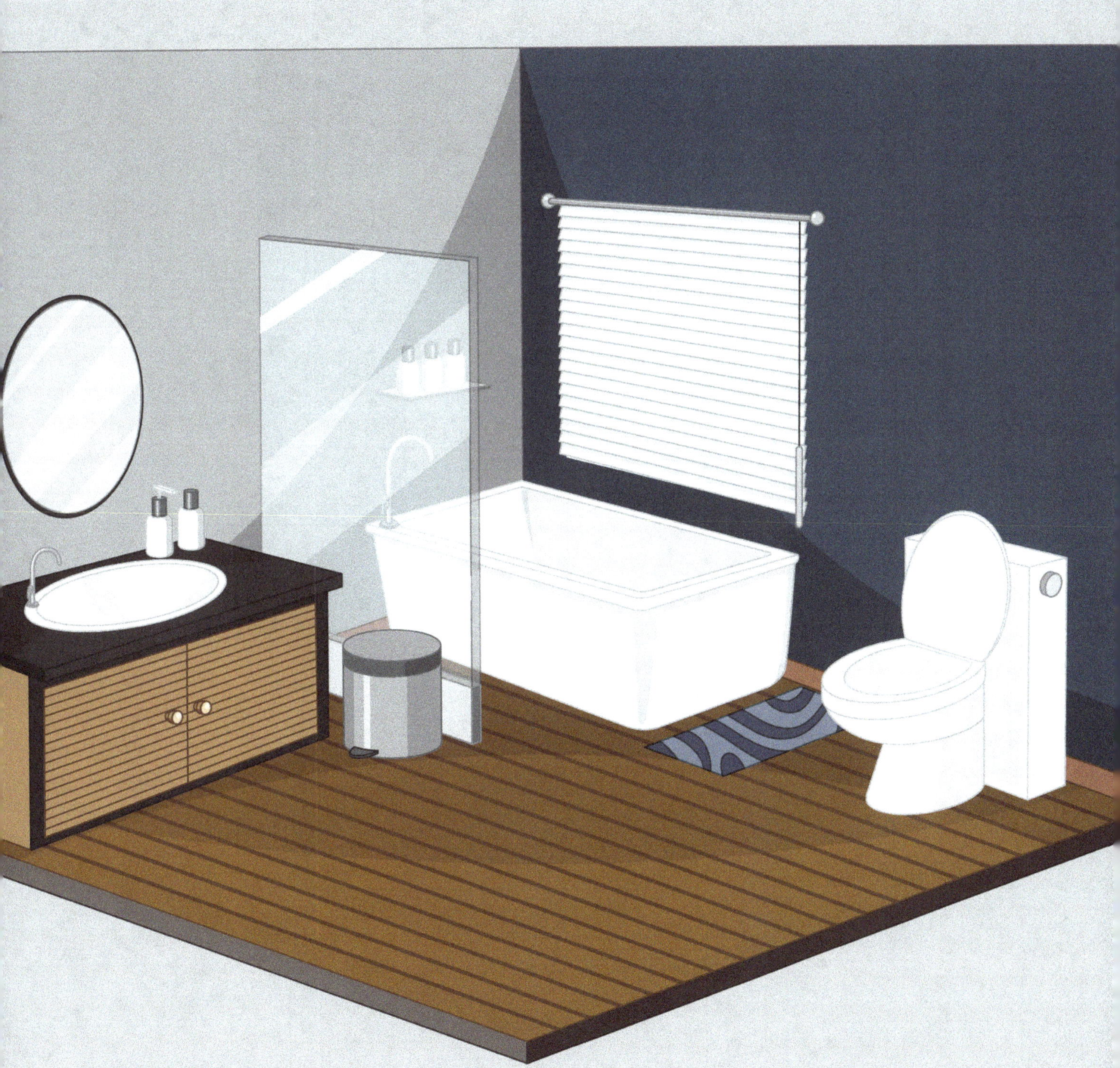

natutunan ko:
ang mga palikuran sa mga
tindahan ay para lamang palamuti!

Now I know, next time we go,
ask before using anything on show!

Ngayon alam ko na, sa susunod na pupunta tayo, magtanong bago gumamit ng kahit ano sa palabas!

Aunt Claire laughed when
we got outside!

But I felt a little bit shy inside.

Tumawa si Tita Claire
pagkarating namin sa
labas!

Pero medyo nakaramdam ako
ng hiya sa loob.

We giggled all the way back home

Nagtawanan kami buong byahe pauwi

With stories to share wherever we roam!

May mga kwentong ibabahagi saan
man tayo gumala!

The End

Books By Schaaf

www.BookBySchaaf.com

Find us at: